AF130751

sjón

næturverk / nachtarbeit

ljóð / gedichte

aus dem isländischen übertragen
von jón thor gíslason und wolfgang schiffer

elif verlag

næturverk / nachtarbeit

Zweisprachige Ausgabe
Veröffentlicht im ELIF VERLAG

Erste Auflage Mai 2024

Titel der isländischen Originalausgabe: næturverk

Covergestaltung: Ümit Kuzoluk
Druck: TOTEM
ISBN: 978-3-946989-78-3
Alle Rechte vorbehalten

Die Erstausgabe des Originals erfolgte 2022 bei
JPV útgáfa / Reykjavík / Island

Die Übersetzung dieses Buches wurde finanziell gefördert durch:

Die Arbeit der Übersetzer am vorliegenden Text wurde

außerdem vom Deutschen Übersetzerfonds gefördert.

Deutscher
Übersetzerfonds

næturverk / nachtarbeit ist eine vielschichtige, tiefgründige Gedichtsammlung. In der für den Dichter charakteristischen Bildsprache fließen hier Momentaufnahmen des Alltags, poetische Verweise auf andere Schriftsteller und Mythen aus aller Welt in etwas Größeres, Universelles ineinander: z.B. den Ursprung und das Wesen des Menschen und die grundlegende Existenz der Sprache. In ungebundenen Gedichten wie auch in tagebuchartigen Prosaskizzen und traumähnlichen Sequenzen führt der Autor zusammen, was vermeintlich nicht zusammengehört. Das Überwinden von Grenzen beim Betrachten der Welt und ihrer Geheimnisse, dies ist das zentrale Ziel des Bandes, entsprechend dem ihm vorangestellten Zitat von Leonora Carrington: *Die Aufgabe des rechten Auges ist es, in das Teleskop zu schauen, während das linke in das Mikroskop schaut.*

Það er hlutverk hægra augans að horfa gegnum stjörnukíkinn á meðan það vinstra horfir gegnum smásjána.

— Leonora Carrington

Die Aufgabe des rechten Auges ist es, in das Teleskop zu schauen, während das linke in das Mikroskop schaut.

— Leonora Carrington

L J Ó Ð

GEDICHTE

b i r t i n g

það er langt til morguns og enn lengra í að birti af degi
þegar maðurinn hrekkur upp
við köll mófugla

þetta er í janúar
hann býr í miðborginni
í íbúð sem snýr að hellulögðum garði

maðurinn fer á fætur
gengur hljóðlega milli herbergja
uns hann hefur sannfærst um að hann sé vaknaður

morgendämmerung

es ist noch lange nicht morgen und noch längst nicht hell
als der mann aufschreckt
vom geschrei irgendwelcher wiesenvögel

das ist im januar
er wohnt in der innenstadt
in einer wohnung mit blick auf einen gepflasterten hof

der mann steht auf
geht leise von zimmer zu zimmer
bis er überzeugt ist wach zu sein

í eldhúsinu hellir hann sér mjólk í glas
situr við borðið með glasið í hægri hendi

hann hlustar á andardrátt sinn
þar til hann greinir hann ekki lengur

in der küche gießt er sich milch in ein glas
sitzt am tisch mit dem glas in der rechten hand

er hört seinem atem zu
bis er ihn nicht mehr vernimmt

jóhann hjálmarsson

til skuggans

áður en hún sá sjálfa sig
kom mannveran auga á skugga sinn

eftir að hafa skoðað hann nokkra stund
leit hún um öxl
til sólar

næstu nótt fann hún spegilmynd sína
í tjörninni

*

johann hjálmarsson*

über schatten

bevor er sich selbst sah
erblickte der mensch seinen schatten

nachdem er ihn eine weile betrachtet hatte
sah er über seine schulter
zur sonne

in der kommenden nacht fand er sein spiegelbild
im teich

*

* Isländischer Dichter (1939 – 2020)

orðið skuggi
skuggi af skugga

merking þess á frumtungunni:

það sem svarar mér

*

þegar við erum lögð til hinstu hvílu
hallar skugginn sér hjá okkur
jafn rólegur yfir því að verða að engu
og daginn sem við fæddumst

das wort schatten
ein schatten von einem schatten

seine bedeutung in der ursprache:

das was mir antwort gibt

*

wenn wir zur letzten ruhe gebettet werden
legt sich der schatten neben uns
dem verlöschen gegenüber ebenso gelassen
wie am tag unserer geburt

árstíðaflökt

í júlí sleppir öspin fræjum sínum

þau svífa um blámann í leit að mold

safnast í breiður á mjúku sem hörðu

leggjast hvít yfir stéttir og grasflatir

kveikja vetrarljóð í hugum skálda

jahreszeitenflimmern

im juli lässt die espe ihre samen fallen

sie schweben umher im blauen licht auf der suche nach erde

breiten sich aus auf weicher wie auf harter

legen sich weiß über gehwege und gras

entzünden wintergedichte in den köpfen der dichter

k v e n h ö f u ð

þá hallar hún höfði
inn í skuggann
og mælir:

þegar þú heldur að ég líkist þér
þá þekkirðu mig ekki
þegar þú þekkir mig ekki
er ég líkust þér

hver er ég?

ein frauenkopf

dann neigt sie den kopf
in den schatten
und spricht:

wenn du denkst dass ich dir ähnele
dann kennst du mich nicht
wenn du mich nicht kennst
bin ich dir ähnlicher denn je

wer bin ich?

svo þú ráðir gátuna
þrír lyklar að huga mínum:

ilman af mórauðu reipi
hafblik á ljósmynd
vængjatak snæuglu

damit du das rätsel lösen kannst
drei schlüssel zu meinem denken:

der duft eines rostroten seils
meerblick auf einem foto
der flügelschlag einer schneeeule

n æ t u r v e r k

þegar komið var inn yfir persaflóa
fékk tunglið sér far með flugvélinni

þaðan sem ég sat í gluggasætinu
sá ég það speglast í hvítum vængnum

augnabliki síðar var ljós bletturinn horfinn
og punktaður málmurinn með

*

þessi saga er ein af þúsund og einni
sem mér liggur á að skrásetja áður en

ég sjálfur hverf inn í nótt þar sem slokknað
tunglsljós og hvítur vængur bíða mín

nachtarbeit

als wir den persischen golf überflogen
flog der mond mit dem flugzeug mit

vom fensterplatz aus dort wo ich saß
sah ich wie er sich im weißen flügel spiegelte

einen augenblick später war der helle fleck verschwunden
mitsamt dem gepunkteten metall

*

diese geschichte ist eine von eintausendundeiner
die aufzuschreiben ich es eilig habe bevor

ich selbst in einer nacht verschwinde wo ein erloschenes
mondlicht und ein weißer flügel auf mich warten

m a n n f r æ ð i

höggmyndin adam eftir rodin
sýnir nýskapaðan manninn
taka sín fyrstu skref

axlirnar eru slappar
hægri fótur nemur við stein
handleggir hanga niður með síðum

hann er þegar orðinn máttfarinn
af því að standa uppréttur

anthropologie

rodins skulptur adam
zeigt den neu erschaffenen menschen
seine ersten schritte tun

die schultern sind schlaff
der rechte fuß streift einen stein
die arme hängen seitlich herab

er ist jetzt schon entkräftet
vom aufrechten stehen

vísifingur vinstri handar leitar snertingar
en guð michelangelos er horfinn
í veröld skýjanna

augu hans horfa löngunarfull á moldina
þar sem hann lá fyrir stuttu

lífsloginn verður hvorki sterkari né veikari

hann fellur og gengur í senn

der zeigefinger der linken hand sucht nach einem kontakt
aber michelangelos gott ist verschwunden
in die welt der wolken

voller sehnsucht schauen seine augen zur erde
wo er vor kurzem noch lag

die lebensflamme wird weder stärker noch schwächer

er fällt und geht zugleich

d a g u r t u t t u g u o g s j ö

reykjavík, 3. apríl 2020

kæra isabel,

eins og ég hafði lofað þér, skýrsla um ástandið í nyrstu
höfuðborg jarðar

*

þar sem ég var á daglegri síðdegisgöngu minni
— okkur er skammtaður einn og hálfur tími —
þá varð ég vitni að því að hrafn elti hettumáf

tag siebenundzwanzig

liebe isabel,

wie ich dir versprochen habe, hier ein bericht über die lage in
der nördlichsten hauptstadt der erde

*

während meines täglichen nachmittagsspaziergangs
—man gesteht uns eineinhalb stunden zu —
wurde ich zeuge wie ein rabe eine lachmöwe jagte

fjaðrirnar á vængbroddunum
þöndust út og veltust
með hverri hreyfingu smærri fuglsins
sem vatt upp á hvítan búkinn
með daufgráan himin í bakgrunni
meðan lambskjúka þandi rauðan gogginn
til hins ýtrasta

eltingaleiknum lauk
yfir gömlu loftskeytastöðinni
máfurinn sleppti mat sínum
hrafninn greip hann
áður en hann náði að snerta jörð

die federn an den flügelspitzen
spreizten und drehten sich
bei jeder bewegung des kleineren vogels
der seinen weißen körper verrenkte
vor einem trübgrauen himmel im hintergrund
während das fußknöchelchen eines lamms den roten schnabel
bis zum zerreißen spannte

die verfolgungsjagd endete
über der alten telegrafenstation
die möwe ließ ihr futter fallen
der rabe fing es auf
noch bevor es den boden erreichte

þetta gerðist í dag
ég veit ekki hvort það mun endurtaka sig á morgun

líkt og segir í gamalli sögu:
í þessum heimi finnst ekkert svartara
en perlurnar sem hrafninn ber í augnatóttum sínum

í augum hrafnsins er allt tilbrigði við ljósið
það ætti að vera okkur huggun

*

þinn í einangrun,

sjón

dies geschah heute
ich weiß nicht ob es sich morgen wiederholen wird

wie es in einer alten geschichte heißt:
in dieser welt gibt es nichts das schwärzer ist
als die perlen die der rabe in seinen augenhöhlen trägt

in den augen des raben ist alles eine variation des lichts
das sollte uns ein trost sein

*

dein, in isolation,

sjón

t u n g l s p e k i

eftir því sem best er vitað sagði alexander von humboldt aldrei við wilhelm bróður sinn:

„Á stund minnar dýpstu örvæntingar var það góði gamli máninn sem kom mér til bjargar, eða öllu heldur góði gamli máninn ásamt þumli og vísifingri hægri handar, eða, svo ýtrustu nákvæmni sé gætt, góði gamli máninn ásamt þumli og vísifingri hægri handar, að viðbættu hægra auga mínu, og sjálfum heilanum. "

og því hefur hann ekki haldið áfram:

m o n d o l o g i e

soweit bekannt ist hat alexander von humboldt seinem bruder
wilhelm folgendes nie gesagt:

„In der Stunde meiner größten Verzweiflung war es der gute alte Mond,
der mir zu Hilfe kam, oder vielmehr der gute alte Mond nebst Daumen und
Zeigefinger meiner rechten Hand, oder, um absolut genau zu sein,
der gute alte Mond nebst Daumen und Zeigefinger meiner rechten Hand,
zuzüglich meines rechten Auges, und selbst des Gehirns. "

und daher fuhr er auch nicht fort:

„Þar sem ég sat einn um nótt í hlíðum fjallsins sem hafði gert sitt
besta til að svipta mig vitinu tók ég eftir skini mánans sem féll gjafmilt
á opna og útrétta hægri hönd mína, á sléttan lófann, sem þó
var ekki sléttari en svo að vel mótaði fyrir línunum, og án þess að
hugsa mig um kreppti ég hana um grátt ljósið. Það gekk mér úr greip
eins og við var að búast. En þegar ég lyfti krepptum hnefanum upp
að augum mínum til að fullvissa mig um að ekkert væri eftir af
blámanum í myrkri hans þá teygðu sig fram þumallinn og vísifingurinn
og gripu utan um gamla góða mánann sem sveif fullur yfir
hafinu í suðri. Þannig hélt ég honum föstum milli fingurgómanna
og tókst meira að segja að kremja hann örlítið saman líkt og strokleður
af stamari gerðinni. Til þess að sjá þetta betur lokaði ég vinstra
auganu.“

„Da, wo ich des Nachts allein am Hang des Berges saß, der sein Bestes gegeben hatte, mir den Verstand zu rauben, bemerkte ich den Schein des Mondes, der freigebig auf meine offene und ausgestreckte rechte Hand fiel, auf die glatte Handfläche, die doch nicht ganz so glatt war, denn die Handlinien waren gut zu sehen, und ohne darüber nachzudenken, schloss ich die Hand um das graue Licht. Wie nicht anders zu erwarten, ist es mir entglitten. Doch als ich die geballte Faust an meine Augen hielt, um mich zu vergewissern, dass in ihrem Dunkel nichts von der Bläue verblieben war, da schossen der Daumen und der Zeigefinger nach vorn und packten den guten, alten Mond, der voll über dem Meer im Süden schwebte. So konnte ich ihn zwischen den Fingerspitzen festhalten und habe es sogar geschafft, ihn ein wenig zusammenzudrücken, wie einen Radiergummi von der festeren Sorte. Um das besser sehen zu können, schloss ich das linke Auge. "

og mannasiðir

í draumum mínum gerist það æ oftar
að ég gleymi því að handabönd
eru ekki lengur æskileg

andspænis vinum og ókunnugum
dreg ég að mér höndina

ég vakna með tilfinningu
fyrir ókunnri húð í lófa mínum

hún dvelur þar um stund
líkt og minning um skammarlegt atvik

und manieren

in meinen träumen geschieht es immer öfter
dass ich vergesse dass händedrücken
nicht mehr erwünscht ist

gegenüber freunden und fremden
ziehe ich meine hand zurück

ich wache auf mit dem gefühl
einer fremden haut auf meiner handfläche

es bleibt dort eine weile
wie eine erinnerung an einen beschämenden vorfall

sigurður pálsson

í borg ljóðsins
kveður sá sem er á förum
þau sem eftir verða
með orðunum:

góða ferð!

að svo mæltu
er hann úr augsýn

sigurður pálsson*

in der stadt der poesie
verabschiedet sich wer geht
von denen die bleiben
mit den worten:

gute reise!

kaum gesagt
ist er außer sicht

* Isländischer Dichter (1948 – 2017)

fugl sem kviknar
að vori
grænfiðraður
og fellur gullinn
til moldar um haust

góða ferð!

bláu garðar
roðnandi stræti

ein vogel der auflebt
im frühling
grüngefiedert
und golden
zur erde fällt im herbst

gute reise!

blaue gärten
errötende straßen

blóm sem má endurtaka

a) flauelsklútur er lagður á borð
    í huganum
    og tekið um hann miðjan
    tveimur fingrum

b) þá er honum kippt upp
    og snúið við
    í loftinu

    svo örskotsstund
    líkist klúturinn lilju
    sem er nýsprungin út

eine blume die man wiederholen kann

a)   im geiste wird ein samttuch
      auf den tisch gelegt
      und in der mitte gepackt
      mit zwei fingern

b)   dann wird es in einem ruck hochgerissen
      und umgeschlagen
      in der luft

      so dass für den bruchteil einer sekunde
      das tuch einer lilie ähnelt
      die gerade erblüht

c)   ég nefndi ekki lit blómsins
        til þess að sjá hann
        þarf að endurtaka leikinn
        með lokuð augu

c) ich habe die farbe der blüte nicht erwähnt

um sie zu sehen

muss das spiel wiederholt werden

mit geschlossenen augen

TÖLFRÆÐI SKÁLDSKAPAR

EINE STATISTIK DER POESIE

Til er smár söngfugl sem ber eittþúsund fjaðrir. Fjaðrir hans eru jafnmargar árunum sem mynda árþúsund. Árþúsund er ekki stærra en það. Og af því að hann er söngfugl þá syngur hann. Á hverjum degi. Allt sitt líf.

Eittþúsund smáar fjaðrir. Fjaðrabúningur utan um söng. Söngfugls sem getur ekki annað en sungið. Hann verður að syngja. Því ef hann syngur ekki þá hverfur hann og allt hans kyn úr veröldinni. Söngur hans er söngur gegn þögninni sem yrði til við brotthvarf hans. Þetta er fallegur söngur. Hann er hvorki litaður af örvæntingu né eftirvæntingu.

Árþúsund. Það eru tíu aldir. Tíu sinnum hundrað ár. Þrjúhundruðsextíuogfimmþúsund dagar að viðbættum tvöhundruðfjörutíuogþremur hlaupársdögum. Svo má lengi halda áfram. Allt niður í nanósekúndur. Á líkan hátt er einstök fjöður saman sett úr fjölda þráða sem kallast fanir og raðast eftir fjöðurstaf. Og hver fön er sjálf gerð af ótal smærri þráðum.

Es gibt einen kleinen Singvogel, der hat tausend Federn. Seine Federn sind genauso viele wie die Jahre, die ein Jahrtausend bilden. Ein Jahrtausend ist nicht größer als das. Und weil er ein Singvogel ist, singt er. Jeden Tag. Sein ganzes Leben.

Eintausend kleine Federn. Ein Federkostüm um einen Gesang herum. Den Gesang eines Vogels, der nichts anderes kann, als singen. Er muss singen. Denn wenn er nicht singt, so verschwinden er und seine ganze Art aus der Welt. Sein Gesang ist ein Gesang gegen die Stille, die mit seinem Verschwinden entstünde. Es ist ein schöner Gesang. Er ist weder von Verzweiflung noch von Erwartung gefärbt.

Ein Jahrtausend. Das sind zehn Jahrhunderte. Zehn mal hundert Jahre. Dreihundertfünfundsechzigtausend Tage zuzüglich von zweihundertdreiundvierzig Schalttagen. Das kann man lange so fortsetzen. Bis hinunter zu Nanosekunden. In ähnlicher Weise besteht jede einzelne Feder aus einer Unmenge von Fasern, die zusammen Fahne genannt werden und sich am Federkiel aufreihen. Und jede einzelne Fahne wiederum besteht ihrerseits aus unzähligen winzigen Fasern.

Fjaðrir stærri fugla hafa verið notaðar í pennastangir. Þá er broddur fjöðurstafsins tálgaður og ritaðar með honum tilraunir mannsins til söngs. Fjaðrir söngfuglsins með fjaðrirnar eittþúsund eru svo smáar að með þeim verður ekki skrifað. Þær má láta hvíla á fingurgómi litlafingurs og segja að tákni þær hugsanir sem aldrei verður komið í orð.

Hver fjöður á búk söngfuglsins þúsundfjaðraða er með einstöku lagi. Hvert ár hinna þúsund ára er með sinni mynd. Enginn fugl þekkir allar fjaðrir sínar. Fimmtán ár af líðandi árþúsundi hafa þegar birst okkur. Engu okkar mun endast aldur til að sjá allan fuglinn.

Þessir smáu fuglar eru sagðir óteljandi. Sérstaklega ef með eru teknir hinir dauðu. Við eigum það sameiginlegt — skáld og söngfuglar — að við rjúfum þögnina.

Federn von größeren Vögeln hat man als Schreibfedern benutzt. Man schnitt dazu die Spitze des Federkiels schräg an und schrieb mit ihr die Versuche des Menschen auf, zu singen. Die Federn des Singvogels mit seinen tausend Federn sind so klein, dass man mit ihnen nicht schreiben kann. Man kann sie auf der Fingerspitze des kleinen Fingers ruhen lassen und sagen, dass sie die Gedanken symbolisieren, die man niemals in Worte wird fassen können.

Jede Feder am Körper des Tausendfedern-Singvogels hat eine einzigartige Form. Jedes Jahr der tausend Jahre hat seine eigene Gestalt. Kein Vogel kennt alle seine Federn. Fünfzehn Jahre des verstreichenden Jahrtausends haben sich uns schon gezeigt. Keiner von uns wird alt genug werden, dass er den ganzen Vogel sehen kann.

Diese kleinen Vögel, sagt man, sind unzählig. Vor allem wenn man die Toten miteinrechnet. Was wir gemeinsam haben – Dichter und Singvögel – ist, dass wir die Stille brechen.

Í fyrirlestraröð sinni *Minnispunktar fyrir næsta árþúsund* hefur Italo Calvino þátt sinn um nákvæmni á því að minnast fyrirlesturs sem hófst á frásögn af tákni Egypta fyrir nákvæmni, fuglsfjöður á vogarskál. En fuglsfjöður þessi er það lóð sem lagt er á skálina þegar mannssál skal vegin. Fjöðrin nefnist Maat og deilir myndletri með grunntóni flautunnar. Italo Calvino til heiðurs, og af þakklæti fyrir gjafmildi hans á skáldskaparhugsun sína í minnispunktunum, geri ég hér tilraun til þess að skilja tímaeininguna árþúsund.

In seiner Vortragsreihe *Sechs Vorschläge für das nächste Jahrtausend* leitet Italo Calvino seinen Abschnitt über die Genauigkeit damit ein, dass er auf einen Vortrag verweist, der mit einem Bericht über das ägyptische Symbol der Genauigkeit beginnt: eine Vogelfeder auf einer Waagschale. Diese Vogelfeder ist das Gewicht, das auf die Schale gelegt wird, wenn die Seele eines Menschen gewogen wird. Die Feder heißt Maat und teilt sich eine Hieroglyphe mit dem Grundton der Flöte. Italo Calvino zu Ehren, und aus Dankbarkeit für seine in den Vorschlägen freigebig geäußerten Gedanken zur Poetik, mache ich hiermit einen Versuch, die Zeiteinheit Jahrtausend zu verstehen.

ÚR LEIÐSLUSAFNINU

AUS DEM TRANCEMUSEUM

Sýningargripur a)

Hér má líta söngtrumbu, skinn af dýrkálfi, rakað og elt, strekkt á augnlaga ramma úr ungu birki. Á skinnflötinn eru uppteiknaðar þrjár veraldir, helstu táknmyndir þeirra dregnar með ylliberjableki: Veröld guða, veröld manna, og sú sem er lokuð bæði guðum og mönnum nema þegar sleglinum er drepið á skinnið og allar þrjár ymja sem þrjú fljót samankomin í einum fossi; það er veröld hins óorðaða, þess óorðna. Bundinn við trumbuna með leðurreim er slegillinn, sniðinn úr horni af þriggja vetra hreindýrskvígu.

Ausstellungsstück a)

Hier ist eine Gesangstrommel zu sehen, aus dem Fell eines Renkalbs, geschoren und gegerbt, und gespannt auf einen augenförmigen Rahmen aus einer jungen Birke. Auf der Oberfläche des Fells sind drei Welten skizziert, ihre wichtigsten Symbole mit Holunderbeerentinte gezeichnet: Die Welt der Götter, die Welt der Menschen, und die, die sowohl den Göttern als auch den Menschen verschlossen bleibt, es sei denn, der Trommelschlägel wird gegen das Fell geschlagen und alle drei tosen wie drei Flüsse, die in einem Wasserfall zusammenfließen; das ist die Welt des Unausgesprochenen, des Noch-nicht-Geschehenen. Der Schlägel, geschnitzt aus dem Horn einer drei Winter alten Rentierfärse, ist mit einem Lederriemen an der Trommel festgebunden.

Vísindakonan liggur í hnipri á moldargólfinu. Það hefur verið bundið fyrir augun, viðarbútur er skorðaður milli tannanna, öðrum líkamsopum lokað með leir, nema í nösunum er lyng. Slegillinn í hendi sitjarans klýfur reykmettað loftið, táknum prýtt trumbuskinnið þenst og slaknar á víxl. Takturinn er gefinn fyrir gönguna inn í andaheiminn. Vísindakonan fer fetið, slegill nemur við skinn, setur hægri fótinn fram fyrir þann vinstri, og trumbuskinnið þenst, slegillinn hrekkur af skinninu, vinstri fæti er sveiflað fram fyrir þann hægri, og það slaknar. Trumban syngur göngugarpinn í svefn: Vísindakonan er svefngengill, einfari, flökkukind í þremur heimum, alls staðar jafn vakandi, hvergi velkomin, sjálfri sér nóg, slunginn sýnatökumaður. Sýnapokinn: Hún sjálf.

Die Wissenschaftlerin liegt zusammengekauert auf dem Erdboden. Man hat ihr die Augen verbunden, ein Holzscheit ist zwischen die Zähne geklemmt, andere Körperöffnungen sind mit Lehm verschlossen, nur in den Nasenlöchern steckt Heidekraut. Der Schlägel in der Hand des Sitzenden spaltet die rauchgetränkte Luft, das mit Symbolen geschmückte Trommelfell spannt sich und erschlafft im Wechsel. Der Takt für den Gang in die Geisterwelt wird vorgegeben. Die Wissenschaftlerin macht einen Schritt, der Schlägel streift das Trommelfell, sie stellt den rechten Fuß vor den linken, und das Fell spannt sich, der Schlägel schnellt vom Fell zurück, der linke Fuß wird vor den rechten geschwungen, und es erschlafft. Die Trommel singt die Wanderin in den Schlaf: Die Wissenschaftlerin ist eine Schlafwandlerin, eine Einzelgängerin, eine Vagabundin in drei Welten, allerorten gleich wach, nirgendwo willkommen, sich selbst genug, ein listiger Probennehmer. Der Beutel für die Proben: Sie selbst.

Á veggnum við hlið söngtrumbunnar og slegilsins má sjá útpáruð bréfsnifsi og útkrotaðan trjábörk, dæmi um tilraunir vísindakvenna og töfralækna til að gera landsmönnum sínum vitranir úr þriðju veröldinni skiljanlegar. Þar á meðal er áletrun frá miðri 17. öld, kröfsuð á rifrildi úr kristniboðskveri — „D'numb-oo-Beest" — sem lengi þótti óskiljanleg en er í dag talin vera nafn smágyðju sem líkja má við Gná, sendimey norrænu ásynjunnar Friggjar.

An der Wand neben der Gesangstrommel und dem Schlägel sind bekritzelte Papierfetzen und Stücke von Baumrinde voller Einritzungen zu sehen, Beispiele für Versuche von den Wissenschaftlerinnen und Wunderheilern, den Landsleuten ihre Visionen von dieser dritten Welt verständlicher zu machen. Darunter befindet sich eine Schrift aus der Mitte des 17. Jahrhunderts, gekritzelt auf ein Blatt aus einem Missionskatechismus – *„D'numb-ou-Beest"* – die lange Zeit für unverständlich galt, doch nimmt man heute an, dass es sich um den Namen einer weiblichen Gottheit handelt, die man mit Gná, einer Sendbotin der nordischen Göttin Frigga, vergleichen kann.

Sýningargripur b)

Hér má líta augnlok, farðað með þunnu lagi af silfurgráum skugga.

Ljóðskáldið André Breton liggur í rúmi sínu að Rue Fontaine 42 í París. Hann er rétt að sofna þegar á hugann leitar furðuleg setning sem hann getur ekki á nokkurn hátt tengt við það sem gengur á í lífi hans þá dagana né það sem hann hefur lifað fram til þessa. Setningin er fullmótuð og svo ágeng að Breton fer fram úr og hripar hana hjá sér í von um að hann losni við hana: „Það er maður sem er skorinn í tvennt af húsglugga.“

Ausstellungsstück b)

Hier ist ein Augenlid zu sehen, geschminkt mit einer dünnen Schicht silbergrauen Lidschattens.

Der Dichter André Breton liegt in seinem Bett in der Rue Fontaine 42 in Paris. Er ist kurz davor einzuschlafen, als ihm ein sonderbarer Satz in den Sinn kommt, den er in keiner Weise mit dem in Verbindung bringen kann, was momentan täglich in seinem Leben geschieht, noch was er bisher erlebt hat. Der Satz ist vollständig und derart drastisch, dass Breton aus dem Bett steigt und ihn schnell aufschreibt, in der Hoffnung, ihn auf diese Weise loszuwerden: „Ein Mann ist von einem Fenster in zwei Hälften geteilt. "

En um leið og hann skrifar niður setninguna þá birtist fyrir hugskotssjónum hans maður sem kemur gangandi með glugga um sig miðjan, og það er dagljóst að glugginn helmingar hann. Breton reynir að finna á þessu röklega skýringu og kemst næst því að sjá fyrir sér mann sem hallar sér út um glugga á húsi og tekur svo með sér gluggann í heilu lagi þegar hann réttir úr sér. Það hversu lítil hjálp er í þeirri útskýringu sannfærir skáldið um að það stendur frammi fyrir mjög sjaldgæfri tegund af setningu, eða sýn, og það ákveður að finna henni stað í ljóði. En Breton hefur varla lokið við að finna henni skáldlegan búning þegar hún tekur að kalla fram í vitundina önnur slík orðasambönd og myndir, ekki síður furðuleg.

Doch kaum hat er den Satz aufgeschrieben, erscheint vor seinem geistigen Auge ein Mann, der daherkommt mit einem Fenster um die Mitte seines Körpers, und es ist offensichtlich, dass das Fenster ihn in zwei Hälften schneidet. Breton versucht, eine logische Erklärung dafür zu finden, und kommt der Sache am nächsten, indem er sich einen Mann vorstellt, der sich aus dem Fenster eines Hauses lehnt und, als er sich aufrichtet, das komplette Fenster mit sich nimmt. Dass diese Erklärung wenig hilfreich ist, überzeugt den Dichter, dass er es mit einer sehr seltenen Art von Aussage oder Erscheinung zu tun hat, und er beschließt, dafür einen Platz in einem Gedicht zu finden. Aber kaum hat Breton es geschafft, dem Satz eine poetische Form zu geben, da beginnt er, in seinem Kopf andere, nicht weniger sonderbare Wortverbindungen und Bilder hervorzurufen.

Skáldið játar sig sigrað, viðurkennir að hugmyndin um yfirráð mannsins yfir huga sínum sé blekking. André Breton rennir fingrum gegnum rauðan makkann, snýr sér að því verkefni að finna leið til að gera samslátt innri og ytri veruleika sýnilegan.

Augnlokið er rammað inn í tvær glerplötur svo hægt sé að skoða það frá báðum hliðum, enda bæði markað af innri og ytri sýnum, draumum jafnt sem heimsóknum á flóamarkaði.

Der Dichter gibt sich geschlagen, akzeptiert, dass die Idee der Herrschaft des Menschen über seine Gedanken eine Illusion ist. André Breton fährt sich mit den Fingern durch seine rote Mähne und stellt sich der Aufgabe, die Vermischung der inneren und äußeren Wirklichkeit sichtbar zu machen.

Das Augenlid ist zwischen zwei Glasplatten eingefasst, so dass man es von beiden Seiten betrachten kann, schließlich ist es geprägt von inneren und äußeren Erscheinungen, von Träumen ebenso wie von Flohmarktbesuchen.

Sýningargripur c)

Hér má líta rúm- eða veggteppi. Það er 173 cm á lengdina og 147 cm á breiddina, með áprentaðri og að hluta til útsaumaðri eftirmynd af málverkinu á umslagi þriðju hljómplötu þungarokkssveitarinnar Iron Maiden: *The Number of the Beast.* Grunnlitur teppisins er blár, allt frá svarbláu yfir í raf blátt. Eldingar snarka á himni, hlaupa til blossandi, líkt og brestir séu komnir í glerið milli þessa heims og annars. Bleik sól lýsir dauft gegnum svartan reykinn sem stígur upp af hinni brennandi jörð.

Ausstellungsstück c)

Hier ist eine Tagesdecke oder auch ein Wandteppich zu sehen. Die Länge beträgt 173 cm, die Breite 147, mit einer aufgedruckten und teilweise gestickten Nachbildung des Gemäldes auf dem Cover der dritten Schallplatte der Heavy-Metal-Band Iron Maiden: *The Number of the Beast*. Die Grundfarbe des Gewebes ist blau, sie variiert von schwarzblau bis elektroblau. Blitze knistern am Himmel, rauschen flammend herab, als hätten sich Risse gebildet im Glas zwischen dieser und der anderen Welt. Eine rosa Sonne leuchtet schwach durch den schwarzen Rauch, der von der brennenden Erde aufsteigt.

Það sem í fyrstu virðist sviðnir og brennandi akrar reynist vera fólksmergð, eldsmaturinn sem nærir bálgular tungurnar í forgrunni málverksins er mannkynið sem svignar eins og axið þegar loginn sleikir það. Leðurvængjaðir djöflar eru verkamenn á þessum akurlendum endalokanna, þeir steypa sér yfir fjöldann og flytja aftur á kestina þá sem reyna að flýja. En yfir öllu stendur jötunninn Eddie klofvega, grafarhvítur hármakkinn fellur niður á axlirnar, hálfrotinn en uppþornaður líkaminn er klæddur gallabuxum og hvítum stuttermabol, um líkstjarft andlitið leikur skelfilegt glott, tungan situr skrælnuð í munninum, en í tómum augnatóttum bjarmar af eldinum sem fæddi af sér helvítið við fætur hans; það er loginn sem funar í vinstri lófa risans.

Was auf den ersten Blick wie versengte und brennende Felder aussieht, erweist sich als eine Menschenmenge, der Brennstoff, der die blaugelben Zungen im Vordergrund des Gemäldes füttert, ist die Menschheit, die sich wie eine Ähre biegt, wenn die Flamme an ihr leckt. Teufel mit Flügeln aus Leder sind die Arbeiter auf diesen Äckern des Untergangs, sie stürzen sich auf die Massen und bringen diejenigen, die zu fliehen versuchen, zurück auf den Scheiterhaufen. Aber über all dem steht breitbeinig der Riese Eddie, die schlohweiße Mähne fällt ihm bis auf die Schultern, der halbverrottete, doch ausgedörrte Körper ist mit Jeans und weißem T-Shirt bekleidet, auf dem leichenstarren Gesicht spielt ein grauenhaftes Grinsen, die Zunge sitzt vertrocknet im Mund, aber in den leeren Augenhöhlen glüht das Feuer, das die Hölle zu seinen Füßen gebar, es ist die Flamme, die in der linken Hand des Riesen lodert.

Með hægri hendinni stjórnar hann strengjabrúðu, alrauðum drýsli sem apar eftir stellingu meistara síns, en heldur í stað elds á þríforki í vinstri hendinni. Því einnig drýsillinn stýrir strengjabrúðu með þeirri hægri, lifandi mannveru sem líkist Eddie í útliti en hefur ekkert í höndum sér og spriklar eftir duttlungum meistara síns.

Mit seiner rechten Hand steuert er eine Marionette, einen ganz und gar roten kleinen Teufel, der die Pose seines Meisters nachahmt, aber statt des Feuers hält er einen Dreizack in der linken Hand. Und auch der Teufel steuert mit der rechten Hand eine Marionette, einen lebenden Menschen, der aussieht wie Eddie, aber nichts in seinen Händen hält und nur den Launen seines Meisters hinterherhüpft.

Unglingur leggst undir pólýesterfeld, hniprar sig saman svo ekkert stendur út undan. Hann er þreyttur. Heilt kvöld hefur hann hlustað á plötuna The Number of the Beast *og saumað út nafn hljómsveitarinnar* Iron Maiden *sem er stafað með hvössu rauðu og hvítu letri efst á teppinu. Ófrágenginn tvinnaþráður kitlar hann í kinnina. Trommutaktur titillagsins dunar enn fyrir eyrum hans. Hann nýtur þess að finna hvernig vitundin tekur að rása þegar súrefnið þverr. Og fyrr en varir er unglingurinn ekki lengur þar. Hann skiptir um kyn. Snýr heim úr svefngöngunni með nýjar sýnir í pokahorninu. Þar bíður sitjarinn. Söngtrumban hvílir hljóð í kjöltu hans. Í fjarska má heyra mjóróma baul hreinkálfa.*

Ein junger Mann legte sich unter ein Polyesterfell, kauert sich so zusammen, dass nichts mehr hervorschaut. Er ist müde. Den ganzen Abend hat er sich die Platte The Number of the Beast *angehört und den Bandnamen* Iron Maiden *in scharfen, roten und weißen Buchstaben auf den oberen Rand der Decke gestickt. Ein loser Faden kitzelt seine Wange. Der Takt des Schlagzeugs beim Titelsong dröhnt immer noch in seinen Ohren. Er genießt es zu spüren, wie das Bewusstsein zu schlingern beginnt, wenn der Sauerstoff geringer wird. Und ehe man sich's versieht, ist der junge Mann nicht mehr da. Er wechselt das Geschlecht. Kehrt vom Schlafwandeln nach Hause zurück mit neuen Eindrücken im Gepäck. Dort wartet der Sitzende. Die Gesangstrommel ruht still in seinem Schoß. In der Ferne hört man ein schwaches Blöken von Renkälbern.*

FIMM
ÞÝÐINGAR ÚR BÓKMENNTUM
TRJÁA

FÜNF
ÜBERSETZUNGEN AUS DER
LITERATUR DER BÄUME

A)

höfuð skilið frá bol
hin dauðu koma engum til bjargar
hálfur bolur, rótfastur sjóndeildarhringur, barn
þar sem við bjuggum vex lítið af miklu, börn okkar sofa í moldinni
óvæntur gestur birtist, sest um kyrrt
vestanvindur, jarðlögum flett, erfiðisdagar
bolur leitar nýs höfuðs

A)

der kopf, vom körper getrennt
die toten kommen niemandem zu hilfe
ein halber körper, ein festverwurzelter horizont, ein kind
wo wir lebten, wächst wenig von großem, unsere kinder schlafen
im dreck
ein unerwarteter gast erscheint, bleibt da für lange zeit
westwind, abgetragene erdschichten, anstrengende tage
ein körper sucht einen neuen kopf

B)

(keðjusöngur)

áfram! syndum
syndum, systur — syndum með ströndum
fram með ströndum!
til baka! ósigraðar til baka
syngjum, systur
áfram! syndum — til ykkar / til baka

B)

(kettenlied)

vorwärts! lasst uns schwimmen
lasst uns schwimmen, schwestern – lasst uns bei den küsten schwimmen
die küsten entlang!
zurück! unbesiegt zurück
lasst uns singen, schwestern
vorwärts! lasst uns schwimmen – zu euch / zurück

C)

Lesið neðan frá, frá hægri til vinstri. Saman mynda „stafirnir"
eitt nafnorð í kvenkyni, eintölu: „Vélbrúður".

C)

Lesen Sie von unten, von rechts nach links. Zusammen bilden „die Buchstaben" ein Substantiv Femininum, Singular: „Maschinenbraut".

D)

líf — ísbreiða
klökknar og sundrast
aldingarðar — ský

af hafi til himins
fylgdu mér upp fyrir skýin
sól brennur í djúpi

D)

leben – eisdecke
reißt und bricht
obstgärten – wolken

vom meer bis zum himmel
folge mir über den wolken
in der tiefe brennt eine sonne

E)

Þetta er inngangur að verki um fuglafræði eins og hún snýr við trjám. Inngangurinn er í þremur bindum. Sjálft fræðiverkið er sagt mun lengra, margir hillumetrar ef miðað er við mennskar bækur. Hér er ekki pláss nema fyrir stutt yfirlit. Fyrsta bindi segir frá því hvernig trén sköpuðu fuglana eftir að hafa sjálf orðið til í eldingaveðri. Í öðru bindi er rakin saga fuglafræði meðal trjáa og gerð grein fyrir helstu ritum fram að útgáfu þessa. Þriðja bindi fjallar um tilurð verksins og höfunda þess. Nýstárlegt flokkunarkerfi þeirra virðist hafa mætt andstöðu eldri fræðinga. Víða gætir fordóma í garð tiltekinna fuglategunda.

E)

Dies ist eine Einführung in ein Werk zur Ornithologie aus Sicht der Bäume. Die Einführung besteht aus drei Bänden. Die Abhandlung selbst wird wohl viel länger sein, mehrere Regalmeter im Vergleich zu von Menschen verfassten Büchern. Hier ist nur Platz für eine kurze Übersicht. Der erste Band erzählt davon, wie die Bäume die Vögel erschufen, nachdem sie selbst in einem Gewitter entstanden waren. Im zweiten Band wird die Geschichte der Ornithologie aus Sicht der Bäume nachgezeichnet und es werden die wichtigsten Artikel genannt, die bis zu dieser Ausgabe erschienen sind. Der dritte Band befasst sich mit der Entstehung des Werks und seinen Autoren. Ihr innovatives Klassifizierungssystem scheint auf Widerstand älterer Experten gestoßen zu sein. An vielen Stellen zeigen sich Vorurteile gegenüber bestimmten Vogelarten.

Þegar ég þáði boð um að lesa úr trjámyndum Guðjóns Ketilssonar átti ég ekki von á að það yrði eins vandasamt og raunin varð. Ég treysti mér vel til verksins enda líktist það sem fyrir augu mín bar helst því af mannlegri sköpun sem nefnist ljóð: Raðir orða, stuttra og langra, í mislöngum línum sem saman mynda sjálfstæð erindi, styttri og lengri, sem oft tilheyra öðrum álíka löngum eða stuttum. Og þar sem ég hef fengist við ljóð í tæp fimmtíu ár sem lesandi, skáld og þýðandi, tók ég ótrauður til starfa.

Það fyrsta sem ég þurfti að taka afstöðu til var sú staðreynd að áður en mér voru sýnd verkin hafði þegar verið unnið mikið starf í að ráða fram úr merkingu þeirra. Val Guðjóns á tilteknum sprekum, hvernig hann snýr þeim, hver hann lætur liggja saman, hversu mörgum hann raðar í eina línu og heild, liturinn sem hann málar þau með — allt beindi það túlkuninni í ákveðinn farveg um leið og það hlaut að setja mér skorður. En þar sem Guðjón hefur átt í lengri og nánari sam-skiptum við tré en flestir samtímamenn okkar varð niðurstaða mín sú að treysta í einu og öllu þessari frumvinnslu hans á efniviðnum.

Als ich die Einladung annahm, Guðjón Ketilssons* Baumbilder zu ent-
schlüsseln, habe ich nicht erwartet, dass es so schwierig sein würde,
wie sich tatsächlich herausstellte. Ich traute mir die Arbeit durchaus
zu, zumal das, worauf ich schaute, einer menschlichen Schöpfung
ähnelte, die man Poesie nennt: Reihen von Wörtern, kurze und lange,
in Zeilen unterschiedlicher Länge, die zusammengestellt selbständige
Strophen bilden, kürzere und längere, die häufig mit anderen ähnlich
langen oder kurzen zusammengehören. Und da ich mich mit Poesie
seit beinah fünfzig Jahren befasst hatte, als Leser, Dichter und Über-
setzer, machte ich mich unverdrossen an die Arbeit.

Das Erste, womit ich mich auseinanderzusetzen hatte, war die Tatsache,
dass, bevor mir die Werke gezeigt wurden, bereits viel Arbeit geleistet
worden war, ihre Bedeutung zu enträtseln. Guðjóns Wahl bestimmter
Zweige, wie er sie dreht und wendet, welche er nebeneinander liegen
lässt, wie viele er zu einer Reihe beziehungsweise zu einer Ganzheit
ordnet, die Farbe, in der er sie malt – all das hat die Interpretation in
eine bestimmte Richtung gelenkt und mir zugleich gewisse Grenzen
gesetzt. Aber da Guðjón einen längeren und innigeren Umgang mit
Bäumen hatte als die meisten unserer Zeitgenossen, kam ich zu dem
Schluss, mich in jeder Hinsicht auf die handwerkliche Bearbeitung
des Rohmaterials zu verlassen.

* Guðjón Ketilsson (geb. 1956) ist ein isländischer Künstler mit zahlreichen
nationalen und internationalen Ausstellungen. Seine Werke bestehen vor
allem aus Zeichnungen (häufig unter Einbezug von Text) und Skulpturen.

Annað sem lét mig staldra við var að upptylling sprekanna á hvítan vegg lokar á fullkomlega þrívíða sýn á „orðin" — sem við nánari skoðun gátu verið stakir bókstafir eða heilar setningar, jafnvel málsgreinar og kaflar, stundum myndletur og táknmálsskýringar — en þar bættu úr skák skuggarnir sem ég ákvað að nota til þess að dýpka skilning minn og telja til merkingar- og/eða áhersluauka. Það má svo velta fyrir sér hvort texti af því tagi sem hér um ræðir verði aðeins skilinn til fulls (maður má láta sig dreyma) með því að farið sé um hann höndum.

Kannski var það hinn blái litur „orðanna" sem gerði mig fullbjartsýnan í upphafi. Hann kallaðist á við blátt blek pennans sem ég skrifaði með í barnaskóla. Það var eitthvað róandi við minninguna þótt samband okkar sjálfblekungsins hafi ekki alltaf verið sem best — þegar mér verður hugsað til hans verður fingurgómur vísifingurs hægri handar blár og handarjaðarinn líka — og ég sá fram á ljúfan eftirmiðdag í desembermánuði þar sem ég mundi eiga ánægjulega snúið en yfirvegað samtal við „ljóðin" fimm sem listamaðurinn hafði valið mér úr safni sínu.

Ein weiterer Punkt, der mich kurz innehalten ließ, war, dass das Aufbringen der Zweige auf eine weiße Wand eine vollständige dreidimensionale Sicht auf die „Wörter" unmöglich machte – die bei näherer Betrachtung einzelne Buchstaben oder ganze Sätze sein konnten, sogar Absätze und Kapitel, manchmal Hieroglyphen und Erklärungen in Zeichensprache – aber da haben die Schatten, die ich zu nutzen beschloss, um mein Verständnis zu vertiefen und Bedeutungen und/oder Betonungen zu verstärken, die Sache ein wenig besser gemacht. Man kann sich dann fragen, ob ein Text der Art, von der hier die Rede ist, nur vollkommen verstanden werden kann (man darf ja träumen), indem man ihn in die Hand nimmt.

Vielleicht war es die blaue Farbe der „Wörter", die mich anfangs so optimistisch gestimmt hatte. Sie korrespondierte mit der blauen Tinte des Füllhalters, mit dem ich in der Grundschule geschrieben hatte. Die Erinnerung hatte etwas Beruhigendes an sich, auch wenn die Beziehung zwischen mir und dem Füller nicht immer die beste war – wenn ich an ihn denke, färbt sich die Spitze des Zeigefingers meiner rechten Hand blau und die Handkante ebenfalls – und ich sah einem schönen Nachmittag im Dezember entgegen, an dem ich ein herrlich verzwicktes, aber tiefgründiges Gespräch mit den fünf „Gedichten" führen würde, die der Künstler aus seiner Sammlung für mich ausgesucht hatte.

Við þýðingarnar sjálfar var ekki við margt að styðjast, engar orðabækur fundust, hvorki á íslensku né öðrum málum — og þannig hlýtur starf brautryðjandans ávallt að vera — en án þess innblásturs sem orðsifjafræði dr. Alexanders Jóhannessonar og verk prófessors Finns Magnússonar um rúnaristurnar í Runamo veittu mér hefði ég sennilega gefist upp Á endanum reyndust „ljóðin" vera mun flóknari og fjölbreyttari „bókmenntir" en ég hafði búist við og þýðingarstarfið varð æ strembnara eftir því sem mér fór fram í málinu. Að því leyti var það eins og aðrar skriftir

En ætli ég hafi ekki átt von á einhverskonar náttúrulýrík af japanska skólanum, einhverju tæru og þakklátu? Þar vanmat ég trén — og Guðjón Ketilsson, þeirra kæra vin.

Für die Übersetzungen selbst gab es nicht viel, auf das ich mich hätte stützen können, man hat keine Wörterbücher gefunden, weder auf Isländisch noch in anderen Sprachen – und genau so sollte die Arbeit des Pioniers immer sein – aber ohne die Inspiration, die mir die Etymologie eines Dr. Alexander Jóhannesson und die Forschungen des Professors Finnur Magnússon über die Runeninschriften in Runamo gegeben haben, hätte ich wahrscheinlich aufgegeben. Letztendlich erwiesen sich die „Gedichte" als eine viel kompliziertere und komplexere „Literatur", als ich erwartet hatte, und die Übersetzungsarbeit wurde immer mühseliger, je mehr ich mich in die Sprache vertiefte. So gesehen war es wie bei anderen Schriften auch.

Hatte ich mir womöglich eine Art Naturlyrik der Japanischen Schule erhofft, etwas Kristallklares und Dankbares? Dann hätte ich die Bäume unterschätzt – und Guðjón Ketilsson, ihren guten Freund.

DÆMISÖGUR

FABELN

f r a m f a r i r

síðustu nóttina sem hin ókunna gisti hjá okkur
mælti hún þessi varnaðarorð:

„handan landsins sem ég gekk hingað
liggur annað úthaf
stærra en ykkar og saltara.“

hún sleikti á sér varirnar:

„þangað skuluð þið aldrei fara.“

*

fortschritte

in der letzten nacht die die fremde bei uns verbrachte
sprach sie diese warnenden worte:

„jenseits des landes von dem ich hierhergekommen bin
liegt ein anderer ozean
größer als eurer und salziger."

sie leckte sich die lippen:

„dorthin solltet ihr niemals gehen."

*

„hvers vegna? og er það þess virði
að leggja á sig slíka óvissuför?"

ég fylgdist með honum
bregða silfurfleyg undir yfirborðið
og fylla með munnsopum af brimsöltum sjó

„til að sjá hvað gerist ef við blöndum
okkar hafi við úthafið hennar
öðruvísi getum við ekki vitað það."

úr grönnum búk fleygsins
þrýstist perlufesti af loftbólum
þar sem vatn kom í stað súrefnis

„warum nicht? und lohnte es denn überhaupt
eine so ungewisse reise auf sich zu nehmen?"

ich beobachtete ihn
wie er einen silbernen flachmann unter die wasseroberfläche schob
und mit ein paar schlucken stark gesalzenen meerwassers füllte

„um zu sehen was passiert wenn wir
unser meer mit ihrem ozean mischen
anders werden wir es nie herausfinden."

dem schlanken körper des flachmanns
entwich eine perlenkette aus luftblasen
da wasser kam anstelle von sauerstoff

m æ l i n g s k u g g a n s

ef þið styrkið virkisveggi ykkar svo vel
að bjallan sem nefnd er járnsmiður
á villitungum norðursins
finnur ekki á þeim glufu

þá mun útlendingur fæðast meðal ykkar

— höfundur óþekktur

daginn sem það birtist
var himinninn heiður og blár
er allt sem ég get sagt um tímasetninguna

þau höfðu þegar glatað árstíðunum

die vermessung des schattens

wenn ihr eure bollwerke so gut befestigt
dass der käfer den man in den wilden sprachen
des nordens laufkäfer nennt
keine einzige lücke findet

dann wird unter euch ein fremdling geboren werden

– unbekannter autor

an dem tag an dem es erschien
war der himmel klar und blau
das ist alles was ich über den zeitpunkt sagen kann

sie hatten die jahreszeiten bereits verloren

þess varð fyrst vart á markaðstorginu
varla nema dropi á götusteinunum
vinstra megin við kryddvagnana

– ekkert af kvenfólkinu hafði verið með barni

stofa gullgerðarmannsins var í endurbyggingu
eftir síðustu sprengingu
homunculus hafði ekki sloppið þaðan

ekkert hafði smogið gegnum glerhvelfinguna –

es wurde erstmals auf dem marktplatz bemerkt
kaum mehr als ein tropfen auf den pflastersteinen
links neben den wagen mit gewürzen

– keine der frauen war in anderen umständen

die werkstatt des alchemisten war im wiederaufbau
nach der letzten explosion
der homunculus war nicht von dort entkommen

nichts war durch die glaskuppel nach außen gedrungen –

í fyrstu virtist það
vera pollur af storknuðu blóði
þar til það tók að hreyfast af sjálfu sér

skuggi án líkama
sem skreið á hægum
hraða kvöldstjörnunnar

það komst ekki lengra en að hofrústunum
áður en það var handtekið
flutt í fangelsið og sett í öryggisgæslu

*

zunächst schien es
eine lache getrockneten bluts zu sein
bis es anfing sich von selbst zu bewegen

ein schatten ohne körper
der dahinkroch im gemächlichen
tempo des abendsterns

es kam aber nicht weiter als bis zu den tempelruinen
wo es ergriffen wurde
ins gefängnis gebracht und in gewahrsam genommen

*

eftir nokkra rekistefnu
var það sett undir sólúrsprófið
hvort það væri af sömu tegund og þau

samankomin í hringleikahúsinu
virtu ung og gömul fyrir sér
framandi blettinn í miðju þess

frá morgni til kvölds
horfðu þau á það skipta um lögun
og áfram daginn eftir

nach einigem wirbel
hat man es dem sonnenuhrtest unterzogen
ob es von der gleichen art wäre wie sie

zusammengekommen im amphitheater
betrachteten jung und alt
den exotischen fleck in ihrer mitte

von morgens bis abends
sahen sie zu wie er seine gestalt veränderte
und ebenso am tag danach

sól og máni léku galdur sinn
drógu fram líkama úr formleysunni
sýndu að höfuð var þar sem höfuð átti að vera

og einn eftirmiðdag á þriðja mánuði
uxu því hendur og fætur
þótt ekki væru fullkomin og aðeins skökk

hlátur heyrðist meðal áhorfenda
spéfugl hrópaði: „karlos frændi!"
og fleiri tóku undir með sínum eigin samlíkingum

sonne und mond entfesselten ihre magie
zogen einen körper aus der formlosigkeit
zeigten dass ein kopf dort war wo ein kopf sein sollte

und eines nachmittags im dritten monat
wuchsen ihm hände und füße
wenn auch nicht vollkommen und ein wenig krumm

unter den zuschauern brach gelächter aus
ein witzbold rief: „onkel karlos!"
und andere stimmten mit ihren eigenen vergleichen ein

er þarna var komið var það byrjað að mælast rétt
í samanburði við skugga manneskjunnar
því það er nafnið sem þau hafa gefið sjálfum sér

*

hér verð ég að hætta
rödd heyrist innan úr húsinu

„það er kominn matur, hvar ertu, járnsmiður litli?"

zu diesem zeitpunkt hat man begonnen mit der korrekten vermessung
im vergleich mit dem schatten des menschen
denn das ist der name den sie sich selbst gegeben haben

*

hier muss ich aufhören
aus dem innern des hauses ruft eine stimme

„essen ist fertig, wo bist du, kleiner laufkäfer?"

söngur breytinganna

stjörnumerki gærdagsins hafa skipt um stað
fjall í fjarska hefur færst nær
vegirnir orðið að vatni
ekkert kort vísar okkur leiðina heim
yfir síkvik landsvæðin

fjórtánþúsund ára gömul kona
tíuþúsund ára eiginmaður hennar
sexþúsund ára gamlir tvíburar þeirra
birtast okkur í nóttinni
málglaður hópur fólks:

das lied der veränderungen

die sternbilder von gestern haben die plätze gewechselt
ein berg in der ferne ist näher gerückt
die straßen sind zu wasser geworden
keine karte weist uns den weg zurück
durch sich ständig veränderndes land

eine vierzehntausend jahre alte frau
ihr zehntausendjähriger ehemann
ihre sechstausend jahre alten zwillinge
erscheinen uns in der nacht
eine redselige schar von menschen:

þessar vatnaleiðir hafa alltaf verið mannskæðar
þetta fjall hefur alltaf verið forvitið
stjörnurnar aldrei verið sáttar

og heimkynnin sem þú yfirgefur
eru aldrei heimkynnin sem þú vitjar á ný

diese wege übers wasser haben schon immer tod gebracht
dieser berg ist schon immer neugierig gewesen
die sterne waren nie miteinander versöhnt

und die heimat die du verlässt
ist nie die heimat zu der du zurückkehrst

Höfundur / Der Autor

Sjón wurde 1962 in Reykjavik geboren und ist ein gefeierter isländischer Autor. Für seinen Roman *Der Schattenfuchs* gewann er den Literaturpreis des Nordischen Rates (das Äquivalent der Nordischen Länder zum Man Booker Preis) und der Roman *Das Gleißen der Nacht* wurde sowohl für den International IMPAC Dublin Literary Award als auch für den Independent Foreign Fiction Prize nominiert. Der Roman *Der Junge, den es nicht* gab erhielt den isländischen Literaturpreis. Sein Werk *CoDex 1962*, ein Roman in drei Büchern, wurde 2016 in Island mit großem Erfolg veröffentlicht. Die deutsche Ausgabe erschien 2020 im S. Fischer Verlag. 2023 wurde Sjón für sein Werk mit dem Nordischen Preis der Schwedischen Akademie (kleiner Nobelpreis) geehrt. Als Dichter, Librettist und Texter veröffentlichte er mehrere Gedichtbände, verfasste Opernlibretti und Liedtexte für verschiedene Künstler. Im Jahr 2001 wurde er für seine Texte im Film *Dancer In The Dark* für einen Oscar nominiert. Sjóns Romane wurden in 35 Sprachen übersetzt. Er ist Präsident des Isländischen PEN und lebt mit seiner Frau und seinen zwei Kindern in Reykjavík.

Þýðendur / Die Übersetzer

Jón Thor Gíslason, geb. 1957 in Hafnarfjörður, lebt seit Anfang der 1990er Jahre als bildender Künstler in Deutschland, derzeit in Düsseldorf. Bis 1988 war er professioneller Popmusiker in Island, danach absolvierte er ein Aufbaustudium (Meisterklasse) an der Staatlichen Akademie der Bildenden Künste, Stuttgart. Er arbeitete zeitweise als Korrespondent in Deutschland (Kunst und Kultur) für die isländische Tageszeitung *Morgunblaðið*. In Zusammenarbeit mit Wolfgang Schiffer veröffentlichte er diverse Übersetzungen isländischer Lyrik, vor allem für den ELIF Verlag.

Wolfgang Schiffer, geb. 1946 in Nettetal/Niederrhein, lebt in Köln und Prag. Er arbeitet als Übersetzer aus dem Isländischen sowie als Herausgeber und schreibt Prosa und Lyrik. Zuletzt erschienen sein Gedichtband *Dass die Erde einen Buckel werfe* (ELIF Verlag 2022), die Anthologie *Türschwellenkinder – Über die Arbeit der Eltern* (Hrsg. mit Dinçer Güçyeter, ELIF Verlag 2023) sowie die Übersetzung *Lose Blätter* von Ragnar Helgi Ólafsson (mit Jón Thor Gíslason, ELIF Verlag 2023). Er erhielt mehrere Preise und Auszeichnungen, u.a. 1991 das Ritterkreuz des Isländischen Falkenordens und 1994 den Isländischen Kulturpreis für seine Verdienste um die Vermittlung isländischer Literatur und Kultur.

Die Übersetzer danken dem Autor für die freundliche Durchsicht ihrer Übertragung.

EFNISYFIRLIT / INHALTSVERZEICHNIS

LJÓÐ / GEDICHTE

Mehr aus Island im ELIF VERLAG

Ragnar Helgi Ólafsson
Lose Blätter
Gedichte und Texte
Zweisprachige Ausgabe Isländisch / Deutsch
Aus dem Isländischen übertragen von
Jón Thor Gíslason und Wolfgang Schiffer

„Dieses Buch enthält Gedichte und Texte aus verschiedenen
Zeiten, auf losen Blättern, die man zur Sicherheit zusam-
mengebunden hat, damit sie nicht so schnell verloren ge-
hen.
Hier sind Guter-Rat-Verse, Gelegenheitsdichtung, Notizen,
gefundene Gedichte, Erbauungstexte, Weltuntergangstex-
te und Schlager zu finden sowie Weihnachtslieder, Spott-
gedichte, Gedichte aus früheren Leben, Liebeslieder,
Trauerverse, Reisezyklen, Beobachtungen, Schlaflieder,
Totengedichte, Grabinschriften, philosophische Gedichte,
humorvolle Gedichte in verschiedenen Variationen nebst
Vierzeilern.
Die meisten Leserinnen und Leser sollten etwas Passendes
finden können, obwohl sicherlich nicht alles allen gefällt.“
(Ragnar Helgi Ólafsson)

*„Rätselhaft und widersprüchlich und wunderbar, diese
drei Adjektive beschreiben nicht nur das Wappentier (den
Pfeilstorch) des Gedichtbands, sondern auch ihn selbst. “*
Katharina Herrmann, WDR 3 Gutenbergs Welt

ISBN: 978-3-946989-69-1
304 Seiten / Gebundene Ausgabe / 26 €